Chuyên Án Bệnh Viện Lúc Nửa Đêm

Chuyên Án Bệnh Viện Lúc Nửa Đêm

ANDRELLA Vu

CONTENTS

"RENG RENG"

Tiếng chuông báo thức từ chiếc điện thoại quen thuộc vang lên, Huy lúc này đang ngủ đưa tay sờ tìm kiếm vị trí của cái điện thoại rồi chả cần nhìn mà ấn nút tắt, sau đó lại lười biếng nhắm mắt mà ngủ tiếp, tình cảnh này đã quá quen thuộc mỗi sáng bỗng nhiên Huy đang nằm thì đạp tung chăn bật dậy vì chợt nhớ sáng nay có một ca phẫu thật cần cậu phải có mặt. ăn vội cái bánh mì với cốcc sữa cậu bác sĩ năm nay ngoài 35 vấn chưa có một mảnh tình vắt vai hối hả nhảy lên xe mà phi thẳng tới bệnh viện. Vừa đặt mông xuống bàn làm việc đang chuẩn bị thay đồ vào phòng phẫu thuật bỗng Huy có chút giật mình khi thấy trên bàn làm việc của mình có một mảnh giấy được gấp gọn để trong hộp bút trước mặt, tò mò cậu mở ra xem thì chợt rùng mình ớn lạnh bởi trong tờ giấy hiện lên 2 chữ "cứu tôi" được viết bằng một thứ mực màu đỏ sậm hơn nữa mực trong tờ giấy đã bị nhoè đi rồi thâm đen lại nhìn giống như vết máu khô.

Đang hoang mang bỗng nhiên một cái vỗ vai từ đằng sau khiến cậu hốt hoảng mà la lớn:

-ối dồi ôi ma!

Người đằng sau tính hù doạ Huy cũng bị tiếng la của cậu làm cho thất kinh hồn vía, sau một lát định thần người đó mới hắng giọng:

-hừ, cái cậu này làm tôi giật hết cả mình, ban ngày ban mặt ma với quỷ cái gì?

-thì ra là anh làm tôi cứ tưởng... anh xem đi!

Huy vừa nói vừa chìa tờ giấy ra cho Tuấn xem, chỉ thấy anh ta xem xong bỗng nhiên người run lên bần bật, Huy tưởng anh ta cũng bị doạ sợ giống mình vừa nãy thì vội đi tới tính nói gì đó nhưng chợt nghe tiếng

anh ta cười lên khanh khách cười đã đời xong anh ta mới tiếp:
-giời ơi tôi tưởng cậu như nào chứ cái này là mấy bọn thực tập sinh tối qua bày trò trêu chọc mọi người đó, sáng nay bị mắng cả đám đã đi thu hồi hết ai ngờ vẫn sót ở chỗ cậu.
Huy nghe xong khẽ à lên một tiếng xong anh ta vẫn có chút bực bội mà gắt nhẹ:
-mấy cái bọn này rảnh thật đấy, toàn có bày trò làm em sợ hết cả hồn, mà anh tìm êm có chuyện gì không?
-à cũng không có gì đâu tính rủ cậu tham gia điều tra một vụ án thôi!
Huy nghe Tuấn nói thì có chút đơ mặt, nhìn anh Tuấn với ánh mắt nghi ngờ mà nói:
-anh nói điều tra vụ án á? Thôi cho em xin đi chúng ta là bác sĩ chứ không phải công an mà điều với chả tra, hơn nữa bận bù đầu thời gian ngủ còn không co thời gian đâu mà điều tra?
Nghe tới đây Tuấn thở dài thườn thượt sau đó cười cười rồi nói:
-ừm vậy thôi!
Nói xong anh ta quay lưng đi, còn lại mình Huy cậu đứng tự lẩm bầm một mình:
-đúng là... việc chất tận đầu mà anh ta còn rảnh rỗi đi điều tra cái gì không biết đúng là hết nói nổi!
Tự lẩm bẩm xong cậu nhìn đồng hồ thấy đã dến giờ nên cậu cũng cứ vậy mà đi thẳng tới phòng phẫu thuật, chật vật suốt mấy tiếng đồng hồ cuối cùng ca phẫu thuận cũng xong, Huy lúc này mệt mỏi lết về phòng ngồi phịch xuống ghế mà nhắm mắt cho đỡ mỏi. Do vừa trải qua khoảng thời gian dài trong phòng phẫu thuật tâm trí luôn phải tập chung tỉnh táo cộng thêm tối qua thức quá khuya để coi tài liệu rất nhanh Huy đã đi sâu vào giấc ngủ. Chẳng biết cậu thiếp đi được bao lâu chỉ biết khi cậu giật mình tỉnh dậy đã tới giờ ăn trưa, anh Tuấn cùng một bác sĩ khác tên Minh lúc này đi tới gọi Huy cùng đi ăn. Ngồi trước khay đồ ăn mà Huy cảm thấy chán narn không muốn ăn, cậu liên tục ngáp dài làm 2 người ngồi đối diện chỉ biết nhìn nhau mà cười tủm:
-anh Huy này, không mấy cho em hỏi tối qua anh bận đi hẹn hò thâu đêm hay sao mà hôm nay nhìn anh không có sức sống gì thế?

Huy biết thừa cậu đồng nghiệp đang cố tình trêu chọc mình tính nói gì đó thì đã bị tên Tuấn chặn họng:
-haha cậu Minh khéo đùa cậu thừa biết chú Huy đây chưa một mảnh tình vắt vai thì lấy đâu ra bạn gái mag hẹn với chả hò, Huy này anh khuyên thật chú mau kiếm người yêu đi thôi chứ chú cũng làm gì còn trẻ nữa!
Huy chỉ cười nhạt trước những câu trêu chọc của Tuấn, bởi vì cũng chẳng phải riêng anh Tuấn mà cả gia đình anh cũng sốt ruột giục anh mau chóng cưới vợ, mỗi lần như vậy ngoài cười trừ chốn tránh ra thì Huy cũng chẳng biết phải làm sao, Minh thấy Huy chỉ cười nhạt mà không nói gì thì cũng cười cười mà hùa theo:
-gớm ai thì em không biết chứ riêng anh Huy thì muốn có bạn gái lúc nào chả được, này nhé anh Huy nhà mặt phố bố làm giám đốc bản thân còn là một bác sỹ giỏi nói gì chứ có khi anh Huy kỹ tính trong việc chọn bạn gái thôi, nói đâu xa mấy em thực tập không tối ngày tặng quà viết thư tỏ tình đấy mà anh có ưng ai đâu.
-thôi! Cậu nói vậy mang tiếng chết chẳng qua duyên chưa tới nên chưa yêu được thôi, với lại cậu cũng thừa biết tính chất bận rộn công việc của chúng ta mà, yêu đương mà không có thời gian cho người yêu mình chỉ tổn làm khổ người ta thôi!
Nói dứt lời Huy đứng dậy đi về phòng làm việc của mình để lại sau lưng 2 người đồng nghiệp nhìn nhau với ánh mắt ái ngại. Đang mải mê xem bệnh án thì từ ngoài cửa có bóng người đi vào, thấy Huy mải mê xem bệnh án mà không để ý có người ngồi trước mặt mình người vừa vào đành e hèm một tiếng đánh động:
-e hem... chào bác sĩ!
Huy đang xem bệnh án nghe tiếng người bất ngờ cậu giật mình ngước mắt lên nhìn thấy một quý bà ngồi đối diện trước mắt đang nhìn cậu tươi cười, HUY thoáng chút sững sờ sau đó cũng tươi cười đáp lại rồi lên tiếng:
-dạ, cho hỏi bà đây là?
-À, Tôi là vợ của ông Thắng bệnh nhân mới được bác sĩ phẫu thuật sáng nay!

Huy nghe xong thì khẽ à lên một tiếng rồi tiếp:
-dạ vậy bà tìm tôi có vấn đề gì không?
Thấy Huy tuy trẻ tuổi nhưng tính tình có chút không được thân thiện bà ta trên mặt thoáng có chút biến đổi nhưng rất nhanh sau đó bà ta lại nở ra nụ cười, đưa tay vào trong túi sách lấy ra một cái phong bao khá dày đẩy tới trước mặt Huy:
-ông nhà tôi bị căn bệnh đó hành hạ bấy lâu, nay nhờ bác sỹ tận tâm giúp đỡ đây là chút tấm lòng của gia đình mong bác sỹ nhận cho chúng tôi vui!
Huy khẽ liếc nhìn chiếc phong bao để trên bàn sau đó rất nhanh khuôn mặt cậu trở lên nghiêm nghị đẩy chiếc phong bao về phía bà ta mà nói:
-cứu người là chức trách của những người làm bác sỹ như chúng tôi, bà không cần phải làm như vậy đâu! Hết giờ làm việc rồi nếu không còn chuyện gì khác tôi xin phép!

-quý bà thấy Huy không quan tâm đến số tiền mình đưa thì có chút tức giận, bà ta đứng phắt dậy không nói không rằng mà đi ra khỏi phòng. Vốn bà ta nghĩ dùng chút tiền để mua chuộc Huy để sau này Huy sẽ để tâm đến chồng mình không ngờ lại bị cậu từ chối thẳng mặt khiến cho một quý bà vốn cao cao tại thượng nay cảm thấy mình bị người khác khinh thường khiến bà ta vô cùng uất hận thầm thề sẽ tìm cơ hội cho anh ta một trận bẽ mặt. Huy sau giờ làm việc cậu uể oải ngáp dài một tiếng đi thẳng xuống bãi để xe để lấy xe đi về, vừa đặt mông lên xe cậu đã nghe chiếc điện thoại của mình rung lên lấy tai nghe đeo vào tai cậu vừa lái xe vừa nghe điện thoại:

-alo, mẹ ạ?

Đầu dây bên kia một giọng người phụ nữ trung niên vang lên:

-Huy đó hả con? Con về chưa, nếu về rồi thì lát lái xe qua nhà luôn nhé!

-ủa nhà mình có việc gì hay sao mà mẹ lại gọi con về vậy mẹ? con đang mệt mỏi lắm mẹ có thể nói luôn được không? Con đang định về nhà ngủ một giấc đây!

Huy giả bộ ngáp dài mà đáp lại, cậu thầm nghĩ bà Hồng mẹ của mình gọi về chắc lại bắt cậu đi coi mắt hoặc giục lấy vợ nên cậu nhanh chóng kiếm cớ thoái thác, đầu giây bên kia giọng bà Hồng tức giận gầm lớn:

-mày không nhớ hôm nay là ngày gì hay sao hả con, ôi trời ơi thằng con tôi nó quên luôn hôm nay là sinh nhật của mẹ nó, được rồi nếu vậy thì mày đi luôn đi mẹ không có đứa ccon trai như mày!

-ôi chết con xin lỗi mẹ, tại con lu bu công việc nên quên mất, mẹ yêu đừng giận mà con sẽ về ngay đây!

Nói xong cậu cúp máy sau đó phi thẳng tới khu trung tâm thương mại đi vào một shop túi xách thời trang cậu đi một vòng quanh shop rồi lựa ra một chiếc túi đẹp nhất đi thanh toán, sau khi nhờ nhân viên đóng gói cẩn thận cậu lại táp vào cửa hàng bán hoa tươi gần đó mua lấy một bó hoa hồng đỏ thắm bên trên có một cái thiệp chúc mừng được buộc nơ cẩn thận trông vô cùng đẹp. xong xuôi cậu về nhà tắm rửa khoác lên người chiếc áo sơ mi trắng với quần âu đen, cộng thêm đôi giày da bóng lộn khiến cậu lúc này không khác gì một soái ca khiến bao cô nàng mê đắm. xong xuôi cậu leo lên xe mà lái thẳng về căn biệt thự của bố mẹ. dừng xe trước cổng căn biệt thự Huy có chút choáng ngợp bởi những chiếc xế hộp đắt tiền đậu đầy cổng nhà mình, trong sân vô số bàn tiệc cùng hoa tươi và rượu vang được bày biện , trong sân có đến cả trăm người từ già đến trẻ đang cười nói vui vẻ, đang đứng sững người trước cổng thì từ Phía sau có tiếng còi xe oto vang lên làm cậu giật mình đứng lép vào một bên cổng, bước từ trên xe xuống là một cô gái vô cùng xinh đẹp, với dáng người chuẩn cộng thêm mái tóc dài đen nhánh được cô cặp gọn phía sau, trên người khoác lên một chiếc đầm trắng tinh khôi khiến cô toát lên một vẻ đẹp thuần khiết.

Trên mặt cô chỉ dặm nhẹ một chút phấn và son nên nhìn rất nhẹ nhàng không hề makeup đậm như những cô tiểu thư quyền quý mà Huy thường thấy. bỗng chốc Huy cảm thấy trái tim mình bị hẫng đi một nhịp, đang lúng túng không biest phải làm gì thì cô gái đã bước tới gần nhìn anh một cái sau đó mỉm cười nhẹ gật đầu rồi nói:

-xin lỗi anh vì vừa nãy đã làm anh giật mình

Giọng nói của cô gái nhẹ nhàng và trong trẻo khiến Huy có chút mê mẩn khẽ đỏ mặt cậu lúng túng đáp:

-À không có gì đâu, ban nãy cũng là tại tôi không để ý thôi!

Nói đoạn Huy quay lưng đi vào bên trong, cậu mặc kệ mọi ánh mắt đang đổ dồn về phía của mình, chào hỏi các vị khách cos mặt sau đó đi thẳng vào bên trong căn nhà, bà Hồng thấy con trai về trên tay cầm theo hộp quà và bó hoa hồng đỏ tươi thì mỉm cười tươi rói chạy ra đón con trai đi vào ngồi xuống cạnh mình, nhìn ngắm con một hồi thấy con có vẻ gầy đi bà buồn buồn mà nói:

-dạo này con gầy quá, có phải thức đêm nhiều với ăn uống không đầy đủ phải không? Mẹ đã nói bây rồi nhà ta rộng rãi để không bảo mày về ở với bố mẹ cho vui cửa vui nhà tiện mẹ có thể chăm sóc thường xuyên thì nhất định không nghe cứ đòi ra ở riêng thấy con như vậy mẹ sót lắm! Huy nghe mẹ nói thì thoáng chút buồn nhưng rất nhanh cậu lại mỉm cười mà ôm chầm lấy mẹ mà làm nũng:

-kìa mẹ, con lớn rồi mà, mẹ không phải quá lo cho con đâu, mẹ xem con trai của mẹ năm nay đã 35 tuổi rồi đâu còn phải là thằng cu Huy bé tý ngày xưa đâu mà cần mẹ phải chăm sóc, mẹ cố gắng ăn uống giữ gìn sức khoẻ chăm sosc tốt cho bản thân với bố là con yên tâm rồi!

-gớm chửa anh tôi hôm nay nói ra mấy lời nghe thấu tình đạt lý ghê chưa ta ơi, anh cũngg biết mình năm nayy 35 rồi ấy hả, vậy còn không mau lấy vợ rồi sinh cháu cho mẹ ẵm bồng đi!

Nghe cái giọng nói đỏng đảnh Huy biết ngay chủ nhân của giọng nói là Nguyệt cô em gái của mình, cô năm nay cũng ngoài 25 đang làm chủ một tiện thời trang trong thành phố, cô không những đẹp mà tài kinh doanh cũng rất đáng ngưỡng mộ, phải nói bố mẹ Huy rất khéo đẻ, nhà có hai anh em đều là những đứa con xuất chúng khiến thiên hạ khômg ngừng trầm trồ ngương mộ. Huy nghe em gái lại cà khịa đá đểu mình thì cũng không lấy gì làm vui vẻ, miệng cười nhẹ liếc nhìn cô một cái rồi nhàn nhạt đáp:

-chà cô em gái quý hoá của tôi đây mà, lâu lắm không gặp miệng lưỡi của em ngày càng lợi hại rồi đấy, cô nói anh chứ cô thì khác gì, không mau lấy chồng đi cho mẹ còn có cháu ngoại bế bồng!

Thấy hai đứa con cãi qua cãi lại bà Hồng chỉ biết mỉm cười mắng yêu:

-thôi anh chị cho mẹ xin đi, lớn cái đầu mà cứ suốt ngày cãi lộn như con nít, thôi 2 đứa mau ra ngoài tiếp khách cùng bố giúp mẹ đi!

Nói xong bà đứng dậy đi tới các bàn tiệc để nâng ly tiếp mấyy bà bạn của mình, còn lại mình với anh trai Nguyệt liếc huy một cái sau đó lè lưỡi ra trêu rồi cũng nhanh chân chạy ra ngoài, thấy cô em của mình tinh nghịch như vậy cũng chỉ biết cười cười nhún vai một cái rồi cũng nhanh chân bước ra. K hi anh vừa bước ra thì cũng là lúc mọi ánh nhìn của những cô tiểu thư đều đặt lên trên khuôn mắt điển trai của cậu, một số cô tiểu thư còn chụm đầu thủ thỉ với nhau điều gì đó nhưng anh không quan tâm đến bọn họ, ánh mắt của Huy lúc này đã hoàn toàn hướng về phía cô gái mà vừa rồi Huy đụng mặt, cô đang ngồi trên một bàn tiệc tay cầm ly rượu vang nhấp từng ngụm nhỏ tay cầm điện thoại lướt lướt như đang xem tin tức, nhìn cô hoàn toàn nổi bật trong đám đông, Huy đang sững sờ thì chợt cô em gái vỗ mạnh vào vai khiến cậu giật mình quay lại mà cáu:

-em làm cái gì thế làm anh giật hết cả mình!

Ui giời anh làm gì mà tự nhiên gắt với em, tại em gọi anh mấy lần mà anh không thèm để ý đó chứ!

Nguyệt bị anh trai mắng có chút bực bội, cô lại tiếp:

-nãy giờ anh có nghe thấy gì không?

-nghe thấy gì là nnghe thấy cái gì, loa mở đập ầm ầm anh có nghe được gì đâu.

Huy khó hiểu trước thái độ của em gái, cô em thấy ông anh mình khù khờ thì chán nản lắc đầu mà chép miệng:

-chán ông anh lắm, nãy giờ anh không thấy các cô tiểu thư đang bàn tán xôn xao về anh nãy giờ à?

-thì kệ người ta đi, em quan tâm làm gì, anh chẳng bận tâm mấy vấn đề đấy!

-Hừ anh đúng là... anh không biết nhưng cô tiểu thư đó toàn là con ông cháu cha, gia thế không nhỏ không, nếu như anh chịu một trong số mấy cô đó đảm bảo anh một bước lên tiên luôn đó chứ!

-thôi anh xin cô, cô nghĩ anh đây cần phải nhờ nhà vợ để đi lên hả? thế thì cô lại coi thường anh quá rồi đấy, hơn nữa anh không muốn sống một cuộc đời chạn vương đâu, thôi xin cô tha cho anh đi.

Huy vừa lắc đầu nguầy nguậy vừa xua tay nói, Nguyệt nhìn thái độ của anh trai mình thoáng có chút nghi ngờ liền chẹp miệng mà hỏi:

-anh mau khai thật đi, có phải anh có người yêu rồi phải không hay là... anh không thích con gái? Chẳng lẽ anh bi bede đó hẻ?

-em đừng có ăn nói tào lao, mẹ nghe được lại suy nghĩ linh tinh, thôi mệt cô quá mà anh cũng thấy mấy anh công tử cũng đang gián mắt vào nhìn cô mà chảy dãi kia kìa không mau chọn lấy một anh sau lương tựa đi thôi!

-thôi thôi, anh lo thân anh đi, khỏi lo cho em!
Nói đoạn Nguyệt bĩu môi quay đi, Minh lúc nàu cũng mỉm cười quay lại nhìn về phía cô gái thì không còn thấy bóng dáng của cô đâu. Cậu có chútt tiếc nuối chẹp miệng mà quay vào trong nhà, trèo lên phòng mà nằm mở điện thoại ra lướt web. Tiếng chuông báo thức lại réo lên báo hiệu một ngày mới lại bắt đầu, Huy uể oải ngáp dài một cái mắt nhắm mắt mở đi vào trong nhà tắm vệ sinh cá nhân xong cậu bước xuống dưới nhà ăn đã thấy mọi người đã ngồi dưới đợin cậu. thấy con trai đi xuống bà Hồng cười đon đả nói:
-con dậy rồi sao? Cơm bà Huyền đã nấu xong rồi con mau qua đây ngồi nhanh lên, hôm nay mẹ dặn bà Huyền nấu toàn món con thích đó!
-gớm chửa, đúng kiểu con trai cưng của mẹ, thấy con trai về là vất luôn đứa con rơi con rớt này ở xó xỉnh nào không biết. hazz số tôi đúng là khổ mà!
Bà Hồng nghe con gái kêu than thì phì cười chí chán cô một cái rồi nói:
-bố nhà cô, thôi mau ăn đi đồ ăn nguội hết bây giờ.
Huy ngó quanh một lượt như tìm kiếm ai đó, thấy vắng ông Hoàng Minh liền hỏi:
-ủa mẹ vẫn sớm mà bố con đã đi làm rồi sao?
-ừm nay ông ấy có một dự án lớn cần phải đi sớm để xắp sếp công việc đó con.
Nghe xong Huy cũng không hỏi gì thêm cậu nhanh chóng ăn sáng rồi chào bà Hồng rồi leo lên xe lái thẳng tới chỗ làm việc. mới đến bệnh viện Huy đã nghe mấy em y tá thì thầm to nhỏ chuyện gì đó nhưng do đang bận nên Huy cũng không mấy quan tâm mà đi thẳng tới phòng làm việc. Vừa khoác chiếc áo blu lên người Huy đã nhận đượcc thông báo phải đi xem xét bệnh tình của một bệnh nhân mới nhập viện trong tình trạng bị nở loétt toàn thân, vừa tới chỗ bệnh nhân Huy thoáng cau mày vì tình trạng bệnh tình của người này có chút kì dị. Không rõ là người này đã bị bệnh gì mà khi anh ta nhập viện với tình trạng rất thảm hại, trên người nổi đầy những cái mụn bọc to bé khasc nhau, có những cái mụn đã bị vỡ ra chảy mủ và dịch vàng trông vô cùng ghê tởm, chưa hết dịch mủ của anh ta chảy đến đâu thì sẽ thu hút ruồi muỗi tới , mặc

dù bệnh viện đã phun thuốc trừ côn trùng nhưng không biết từ đâu vô số ruồi muỗi tậm chung bay đến đậu quanh, chưa hết sau khi nhìn khĩ dưới lớp dịch mủ Huy còn thấy những con ròi hay con nhộng trắng hếu đang ngoe ngẩy bên trong khiến cả Huy và nữ y tá không thể chịu nổi mày phải quay đi chỗ khác nôn khan.
Sau một hồi hì hục cuối cùng Huy cũng giúp người đàn ông băng bó lại các vết thương, sau khi thăm khám tiêm thuốc các bệnh nhân xong Huy mệt mỏi quay lại phòng làm việc, đang tính đứng dậy đi ăn trưa chợt anh nghe tiếng gõ cửa Huy thoáng cau mày nói vọng ra:
-vào đi!
Từ bên ngoài một nữ y tá xinh đẹp đẩy cửa bước vào , thấy Huy đang mệt mỏi ngồi trên bàn làm việc cỗ ta mỉm cười dịun dàng mà cất lời:
-anh Huy, trưa nay anh có bận gì không em muốn mời anh đi ăn trưa!
-ừm cũng không bận gì cả, nay tôi cũng chưa có hẹn với ai, đang tính đi ăn một mình sẵn có cô ở đây thì chúng ta cùng đi cho vui vậy!
Cô y tá khi nghe Huy đồng ý thì thoáng chút ngạc nhiên, vì trước khi bước vào cô đã chuẩn bị sẵn tinh thần bị từ chối vì đây không phải là lần đầu cô ngỏ lời mời anh đi ăn, nhưng hôm nay Huy lại nhận lời khiến cô vui như mở cờ ở trong bụng, khẽ dạ một tiếng rồi cả hai cùng nhau bước tới căn tin. Sau khi xuống căn tin cô y tá đi gọi hai phần cơm cùng hai ly nước ép, xong việc cô quay lại chỗ ngồi nhìn Huy tươi cười bắt chuyện:
-anh Huy đợi chút nha, chúng ta xuống hơi muộn nên phải đợi nhà bếp làm hơi lâu.
-không sao, mà cô My cho tôi hỏi chút được không?
Cô y tá tên my nghe Huy có chuyện muốn hỏi thì thoáng giật mình không biết anh định hỏi gì cô ta ấp úng:
-anh hỏi đi, nếu biết em sẽ trả lời
Huy cũngkhoong lòng vòng mà đi thẳng vào vấn đề:
-cô cho tôi biết từ hôm qua tới giờ bệnh viện có chuyện gì mà sao tôi thấy mọi người bàn tasn xôn xao thế? Hôm qua tôi có việc về sớm hôm nay đến thấy mọi người bàn tán xôn xao lên có chút tò mò. My nghe

Huy hỏi thì giật mình khuôn mặt có chút biến sắc ấp úng hỏi:
-bộ anh không biết chuyện gì hay sao?

IV

Không nếu cô my biết thì nói đi.
My hít một hơi dài rồi bắt đầu chầm chậm kể:
-chuyện là tối qua có một nữ y ta treo cổ tự tử ở ngoài ban công bệnh viện anh ạ!
-cô... cô nói sao, treo cổ tự tử ư nhưng tại sao lại treo cổ tự tử?
Huy nghe đến đâu có chút hốt hoảng hỏi lại, my khẽ chẹp miệng lắc đầu mà nói:
-chuyện này em cũng không rõ anh ạ, chỉ biết là tự treo cổ mà thôi!
-ừ bảo sao sáng nayb tôi đến nghe mọi người bàn tán tự tử gì đấy, còn thấy có cả xe công an nữa, tính hỏi mọi người mà ngại nên thôi!

Tối nay đến lượt Huy phải trực đêm, cậu có chút ngao ngán vì trực đêm đa phần là ngồi không cho đến sáng, thi thoảng mới có bệnh nhân đau quá mới gọi đến cậu, đang ngồi vắt chân ngồi lướt điện thoại bỗng nhiên cậu có cảm giác như bị ai dó nhìn chằm chằm, thoáng có chút khó chịu cậu ngẩng mặt lên nhìn ngó bốn phía xung quanh nhưng tuyệt nhiên xung quanh chỉ là bốn bức tường không hề có ai khác ngoài cậu. Nhìn ngó một lượt không thấy gì bất thường Huy liền chẹp miệng nghĩ chắc do cậu mệt nên sinh ra ảo giác, nhìn đồng hồ lúc này ddax điểm 11h30p Huy ngáp dài một cái rồi leo lên chiếc giường nằm ngả lựng tiện chợp mắt một chút cho đỡ mỏi. Đang thiu thiu bỗng Huy giật mình vì tiếng gọi từ ngoài vọng vào:
-bác sĩ Phòng 305 có bệnh nhân lên cơn co giật, anh mau qua xem xét ạ!
Nghe tiếng gọin Huy mau mải ngồi bật dậy rảo bước đi nhanh ra ngoài xem là ai gọi, nhưng khi bra đến cửa anh lại không thấy ai, ngay car ,một bóng người đi trên hành lang cũng không có, thoáng có chút khó hiểu Huy tự lẩm bẩm:

-quái lạ, rõ ràng vừa mới nghe tiếng gọi mà, sao cô ta đi nhanh vậy nhỉ? Tự lẩm bẩm, xong sực nhớ người kia nói phòng 305 có người bị co giật Huy nhanh chóng rảo bước đi nhanh tới phòng bệnh, nhưng một lâfn nữa Huy lại chau mày khó hiểu vì phòng 305 này vốn bỏ trống từ sáng nay sau khi mẹ con nhà kia ra viện thì không có thêm bệnh nhân nào được sắp xếp vào căn phòng này nữa.

Đứng tần ngần một hồi Huy đành chán nản mà quay lại phòng làm việc, nhìn dãy hành lang vắng lặng mà Huy có chút rùng mình, tiếng giày kêu lộp cộp trên mặt đất cộng thêm sự tĩnh lặng xung quanh tạo cho Huy cảm giác như ai đó đang đi theo phía sau, cậu không dám quay đầu nhìn lại mà cứ vậy mà bước đi nhanh hơn, đèn treen trần nhà bỗng nhiên chập chờn mà chớp tắt liên tục, phía sau Huy bỗng nhiên có một tiếng khóc cất lên bước chân bỗng nhiên dừng lại, Huy khuôn mặt tái nhợt nhìn ngó chung quanh một lượt không thấy ai, nhưng tiếng khóc than vẫn cứ văng vẳng bên tai, tuy có chút sợ hãi nhưng tính tò mò bất chợt nổi lên, Huy lần theo tiếng khóc mà đi đến, cứ vậy đôi chân bắt đầu bước lên từng bậc thang một cách vô hồn chẳng biết từ lúc nào Huy đã đứng trước ban công của bệnh viện nơi mà nữ y tá đã treo cổ. Đến lúc này tiếng khóc bỗng dưng im bặt Huy thoáng rùng mình tỉnh táo trở lại, vừa ngước mắt lên nhìn ngó xung quanh Huy đã kinh hoàng mà thét lên một tiếng vì phía trên có một xác nữ y tá đang treo cổ lủng lẳng , khuôn mặt cái xác tím ngắt, hai mắt lồi cả ra đanng không ngừng tuôn ra hai hàng lệ máu, cái lưỡi thè dài đỏ lòm như máu. Không dừng lại ở đó cái xác đang bất động bỗng nhiên quay phắt cái đầu lại nhìn Huy mà cất lên những tiếng khóc ai oán từ trong tiếng khóc Huy còn nghe thấy được tiênsg nói khều khào như bị bóp nghẹt:

-cứu... cứu tôi... tôi chết oan... xin hãy giúp tôi...

Huy nghe đến đây vì quá khinh hãi không tự chủ được mà lăn quay ra ngất lịm. sáng hôm sau khi lim dim mở mắt Huy thấy vây quanh mình có một số y bác sỹ, Thấy Huy tỉnh lại trưởng khoa mới thở phào một hơi đoạn nói:

-cậu không sao chứ? Đêm hôm cậu leo ra ban công làm gì để rồi trúng gió mà ngất xỉu ngoài đó cũng may có bác bảo vệ đi ngang qua thấy nên

cống cậu vào trong chứ không nằm phơi sương gió cả đêm thì không biết cậu sẽ ra sao nữa..
-em cũng không nhớ nữa, chỉ biết đêm qua có y tá gọi em đi xem bệnh cho bệnh nhân sau đó em không còn nhớ được gì cả!
Huy tính kể chuyện gặp oan hồn y tá cho trưởng khoa nghe nhưng ngẫm lại cậu không bằng không cớ nói ở bệnh viện có ma sẽ chẳng ai tin cậu có khi còn nghĩ cậu bị thần kinh không chừng, nghĩ đến đây cậu khẽ thở dài một hơi rồi trả lời qua loa. Trưởng khoa sau khi hỏi han rồi dặn Huy cứ nằm đó nghỉ ngơi cho khoẻ rồi cũng dời đi, trong phòng lúc này chỉ còn duy nhất bác sỹ Minh vẫn còn nán lại nhìn cậu ta đang ấp úng như định nói gì đó nhưng lại thôi khiến Huy có chút khó hiểu, nhìn cậu ta một cái Huy cất tiếng trước:
-Minh à, cậu có chuyện gì sao?
Minh nghe Huy hỏi thoáng có chút bối rối nhưng rồi vẫn bấm bụng mà hỏi:
-anh Huy à, anh nói thật cho em biết tối qua tại sao anh lại đi đến ban công, chỗ mới có người tự tử hay không?
-không phải tôi nói rồi hay sao, là tôi vô tình đi ngang qua rồi ngất xỉu thôi, không có lý do gì cả!
Minh nhìn Huy với ánh mắt ngờ vực cậu hạ giọng nhẹ nhàng mà tiếp:
-anh Huy anh em mình quen biết đã lâu, tính tình anh sao em là người hiểu rõ nhất, anh vốn là người chú trọng công việc không có lý do gì mà anh đi thăm bệnh nhân xong lại đi tới ban công tận trên tầng hai, anh có điều gì giấu mọi người phải không?
Huy khẽ thở dài thườn thượt rồi bất chợt quay qua nhìn thẳng vào mắt của Minh mà hỏi một câu khiến cho Minh có chút bối rồi:
-cậu có tin trên đời này có ma không?
-em... em không tin lắm, anh biết mà chúng ta là bác sỹ chỉ tin những gì mà khoa học chứng minh, còn về ma quỷ em chưa từng thấy bao giờ nên cũng nửa tin nửa không anh ạ, nhưng sao anh lại hỏi em như vậy không lẽ...
Minh gãi đầu gãy tai rồi trả lời, Huy biết trước Minh sẽ trả lời như vậy nên chỉ khẽ mỉm cười, vốn trước đây khi chưa gặp oan hồn của nữ Y

Tá kia Huy cũng không bao giờ tin vào ma quỷ có tồn tại. Thấy thái độ khác lạ cuta Huy Minh tò mò gặn hỏi:
-anh Huy có phải tối qua anh gặp thứ gì phải không?
Huy không trả lời câu hỏi này của Minh, cậu hướng mắt ra cửa sổ ánh mắt đờ đẫn nhìn xa xăm cậu nói:
-nếu cậu thật sự muốn biết tôi sẽ kể cho cậu nghe, nhưng tin hay không thì tuỳ cậu, cậu cũng không được đem chuyện này đi kể linh tinh tránh gây hoang mang cho người khác rồi tới tai trưởng khoa đến lúc đó cả tôi và cậu sẽ gặp rắc rối.
Nói xong Huy chầm chậm kể lại một lượt tất cả sự việc tối qua, từ việc anh nghe tiếng y tá gọi đi cứu người rồi bị dẫn dụ đi lên ban công gặp phải oan hồn cô y tá rồi té xỉu vì quá kinh sợ. Minh nghe xong da gà bỗng nhiên nổi lên cậu nhìn Huy với ánh mắt có chút sợ hãi lắp bắp hỏi:
-Thật sự anh đã gặp hồn Ma của cô y tá hay sao?
-phải..
Huy khẽ gật đầu xác nhận, sau đó cậu tay chống cằm suy nghĩ điều gì đó rồi tiếp:
-bây giờ nghĩ lại tôi vẫn có chút sợ hãi nhưng nghĩ lại cô ta hiện hồn cho tôi thấy có khi chỉ muốn tôi giúp cô ta giải oan mà thôi!
-anh nói giải oan gì cơ, cô ta tự tử mà chết không phải hay sao?
Minh nghe Huy nói ra suy nghĩ có chút hoang mang mà hỏi lại, Huy lúc này lắc đầu trả lời:
-cái này thì tôi cũng không rõ cho lắm, vì trước lúc ngất đi có nghe cô ta nói cô ta chết oan, muốn tôi giúp cô ta giải oan.
-nói vậy không lẽ cô ta bị giết chứ không thực sự là tự tử? nhưng rõ ràng pháp y khám nghiệm đã kết luận cô ta tự tử mà chết không phải sao?
-cái này tôi cũng không rõ, mà cậu có biết cô y tá đó là ai không?
Ánh mắt Minh lúc này đã có chút thay đổi nhưng rất nhanh nó đã trở lại bình thường cậu khẽ trả lời:
-em biết cô ta tên Thảo năm nay 27 tuổi, quê ở Thanh Hoá mới xin vào đây làm được nửa năm anh ạ.

Nghe xong Huy cũng chỉ khẽ gật đầu xong không nói gì thêm, trong đầu cậu vẫn đang miên man suy nghĩ về những lời cầu cứu của oan hồn Thảo, Minh lúc này nhìn đồng hồ sau đó vội đứng dậy rồi nói:
-thôi anh nằm nghỉ đi, em có việc phải đi trước!
Nói đoạn cậu ta bước nhanh ra khỏi phòng, trên khuôn mặt của Minh lúc này hằn lên một vẻ tức giận hai bàn tay đã siết chặt lại vừa đi cậu ta lẩm bẩm như đang nói cho ai đó nghe:
-Thảo à, tại sao em không hiện về tìm anh, tại sao vậy?
Sáng hôm sau Huy bắt đầu công việc như mọi ngày, công việc vẫn sảy ra theo vòng tuần hoàn vốn được lập trình sẵn, tuy vậy bhuwng cả ngày hôm nay Huy vẫn không tài nào có thể tập chung vào công việc, trong đầu cậu luôn suy nghĩ về cái chết đầy bất thường của cô y tá tên Thảo. lúc trước đúng là cậu đã bị Thảo doạ cho sợ hãi đến ngất đi, nhưng ngẫm lại có lẽ cô muốn cậu giúp mình giải giúp mình oan khuất chứ không hề có ý hại, nghĩ vậy tính tò mò cộng thêm việc muốn làm rõ cái chết đầy uẩn khúc của cô y tá nên cậu thầm mong mình có thể gặp lại thảo thêm một lần nữa... bẵng đi một vài hôm tin đồn bệnh viện có ma bắt đầu được giấy lên bắt đầu từ việc hai nữ y tá trực đêm.

Hai nữ y tá này là HƯơng và Ly, như thường lệ tối hôm ấy là cca trực của hai cô, khoảng 10h đêm sau khi đi kiểm tra các phòng bệnh nhân trở về đang vừa đi vừa nói chuyện thì bất chợt Ly vỗ chán mà nói:
-chết thật tôi đãng trí quá quên không khoá phòng xét nghiệm rồi, ngày mai mà bị phát hiện kiểu gì cũng sẽ bị trácg mắng cho coi.
Hương nghe bạn nói vậY thoáng nhíu nhẹ lông mày cô giục:
-thế còn không mau quay lại khoá cửa đi cô nương!
-nhưng... tôi sợ!
Ly có chút ấp úng, Hương nhìn ly với ánh mắt khó hiểu mà hỏi:
-sợ cái gì... công việc này không phải bà vẫn làm thường xuyên hay sao, giờ lại bảo sợ là cớ làm sao?
-tại... tại phòng xét nghiệm tận cuối dãy tầng 2 hơn nữa muốn đi tới đó phải đi quA cái ban công, mà ban công thì...
Nghe đến đâyb Hương cũng đã hiểu ra ý tứ trong sự ngập ngừng của Ly, nghĩ thì cũng sợ thật giờ bảo cô đi qua đó một mình cô cũng không

dám nói gì một người vốn có tính thỏ đế như Ly. Hít một hơi dài Hương quay qua Ly nói:

-thôi thế để tôi đi với bà !

Nói đoạn hai coo y tá dắt díu nhau đi lên tầng hai, dãy hành lang phòng kham bệnh vắng hoe không một bóng người, bệnh viện lúc này đã trở về đêm các bệnh nhân đã ngủ hết, xung quanh được bao phủ bởi sự tĩnh mịch tới rợn người. hai người vừa đi vừa cố nói chuyện cho đỡ sợ, đang đi bỗng từ đằng sau có tiếng giày cao gót lộp cộp ở đằng sau, Ly là người nghe thấy đầu tiên, bước chân của cô đang đi bỗng Khựng lại, cô nắm chặt tay Hương thì phát hiện bàn tay của Hương không biết từ lúc nào cũng đang run rẩy mà toát đầy mồ hôi, tiếng giày cao gót vẫn cứ vậy vang vọng sau lưng của hai người khiến cả hai lạnh sống lưng. Hương lúc này run rẩy mà thì thầm:

-kệ... nó, đừng quay lại chúng ta đi tiếp thôi!

VI

Dứt lời cả hai lại dắt díu nhau đi tiếp. Tiếng giày cũng đã im bặt từ lúc nào, Ly khẽ thở phào một hơi, nhưng chưa kịp để cho cô thả lỏng tinh thần điều kinh dị lại bắt đầu xảy đến.

Từ đằng xa hai người thấy trong phòng xét nghiệp có một bóng trắng lướt qua lướt lại trong phòng, bóng trắng này mặc đồ y tá trắng, đầu toác buông xoã che kín mặt. Thấy vậy hai người bỗng khựng lại hai chân run rẩy không ai bảo ai tính quay lưng bỏ chạy thì bất chợt cái bóng đang lướt bỗng đứng lù lù trước cửa từ lúc nào, sau đó bất thình lình nó áp khuôn mặt trắng toát với đôi con ngươi không tròng vào sát cửa kính sau đó nhoẻn cười, nụ cười của nó kéo dài đến tận mang tai khiến cho hai người đối diện lúc này không còn giữ được bình tĩnh cả hai đều thét lên một tiếng đầy kinh hãi sau đó gục tại chỗ.

Lúc này trong phòng bệnh bóng ma đã không còn, xung quanh bóng đèn liên tục chớp tắt tạo lên khung cảnh liêu trai kì dị, xen lẫn vào đó Là tiếng cười man rợ của vong hồn ai oán.

Sáng sớm hôm sau cả hai cô y tá đều được phát hiện đang nằm sõng xoài trên hành lang với tình trạng bất tỉnh nhân sự, sau khi đưa vào phòng bệnh khám một hồi cả hai cô cũng bắt đầu dần tỉnh lại nhưng cả hai đều có tinh thần bất ổn, ánh mắt ngây dại sợ hãi, luôn la hét nói đã gặp ma. Mặc cho các y bác sĩ hết lời trấn an nhưng họ vẫn một mực khẳng định bản thân đã gặp ma.

Mọi chuyện ngày càng rắc rối khi tin đồn bệnh viện có ma ngày càng được đồn đi, bất lực trước những tin đồn thất thiệt giám đốc bệnh viện bèn mời đến một sư thầy đến bệnh viện để đọc kinh cầu siêu. Một là làm yên lòng những người đang làm trong bệnh viện hai là giúp cô y tá xấu số kia sớm được siêu thoát mà không hiện về doạ người. Huy từ hôm gặp oan hồn nữ y tá đến nay vẫn chưa một lần gặp lại, mọi thắc mắc ngổn ngang trong đầu không có lời giải đáp khiến cậu cảm thấy khá khó chịu. Đêm nay Huy đến ca trực cậu có chút hồi hộp không biết có thể gặp lại oan hồn của Thảo để hỏi chuyện hay không. Thời gian cứ vậy chậm dãi trôi đi, đã qua nửa đêm nhưng cậu không gặp điều kì lạ gì xảy ra, thậm chí cậu còn mạnh dạn lên ban công để tìm kiếm nhưng tuyệt nhiên không gặp được oan hồn của Thảo. Chán nản Huy đành bỏ cuộcc mà quay lại phòng làm việc.

Mọi thứ cứ như vậy rơi vào bế tắc Huy từ đợt không gặp lại oan Hồn của Thảo cũng từ bỏ việc tìm kiếm sự thật về cái chết của cô. Hôm nay Huy được nghie phép cậu không biết làm gì ngoài việc đi loanh quanh mấy quán cà phê, rồi lái xe đi quanh quanh đường phố ngắm cảnh, cậu định bụng buổi chiều sẽ về qua nhà thăm ba mẹ đang thầm lên kế hoạch cậu bỗng dừng xe trước cửa một hiệu sách bước xuống xe cậu đi thẳng vào bên trong một cách vô cùng tự nhiên ông chủ thấy Huy liền tươi cười vẫy tay chào cậu rồi hỏi:

-Huy đó hả cháu, lâu rồi không thấy ghé tiệm bác mua truyện, sao giờ làm bác sỹ rồi lên bận rộn lắm phải không?

Nghe ông chủ hỏi Huy cũng chỉ biết cúi đầu mỉm cười chào lại rồi đáp:

-dạ cháu chào bác, lâu lắm rồi cháu mới qua bên bác được, dạo này truyện có về không hả bác?

-có chứ ra mấy tập mới liền đó cháu, mà kể ra cũng lạ, bây giờ cháu lên youtobe gõ là có phim cho cháu coi liền, sao phải mua truyện đọc chi cho mất công vậy cháu?

Huy khẽ mỉm cười mà nói:

-hì, cháu thích đọc truyện hơn bác,đây là thói quen cháu có từ thờid đi học giờ không bỏ được bác ơi!

Bác chủ quán chỉ cười cười không nói gì, Huy cũng cứ vậy bước vào dãy để truyện tranh mà tìm kiếm, lúc cậu đứa tay ra tính lấy một quyển truyện thì bất ngờ cũng có một bàn tay cầm vào cuốn truyện đó cùng lúc với Huy, thoáng chút ngạc nhiên Huy quay ra nhìn thì bất ngờ vì người vừa chạm tay với cậu lại là cô gái váy trắng mà cậu đã gặp tại nhà mình hôm sinh nhật của bà Hồng, cô gái đã vô tình làm trái tim chàng

bác sỹ 35tuoi lần đầu tiên biết rung động. Thấy Huy cô gái cũng có chút ngạc nhiên sau đó mỉm cười rồi nói:
-ủa anh!
-chào cô không ngờ chúng ta lại gặp nhau ở đây, mà cô cũng thích đọc truyện conan hay sao?
Huy hỏi cô gái với khuôn mặt đỏ bừng, cũng phải thôi Huy bây giờ đã trưởng thành không còn là cậu nhóc tiểu học năm nào, bây giờ thói quen nghiện truyện của cậu vẫn được cậu duy trì tất nhiên so với số tuổi của Huy thì việc này có chút không hợp. Cô gái nghe Huy hỏi thì khẽ cười sau đó gật đầu, Huy thấy mình với cô gái có điểm chung liền tìm cớ làm quen rồi rủ cô gái đi cà phê nói chuyện. Vì có chút quen biết từ trước nên cô gái cũng vui vẻ nhận lời mời của cậu.

Cả hai chọn vài quyển truyện ra thanh toán rồi chở nhau ra quán cà Phê. Sau một hồi nói chuyện làm quen Huy cũng biết cô gái tên Ngọc Anh 25 tuổi hiện là một bà chủ shop thời trang giống như em gái mình. Cả hai nói chuyện có vẻ rất hợp nhau, buổi cà phê cũng vì vậy mà trở nên vui vẻ hơn, nói chuyện một hồi chợt Ngọc Anh nhìn đồng hồ sau đó sửng sốt kêu lên:
-thôi chết rồi, hôm nay tôi có một lô hàng nhập về mà quên mất, anh có thể chở tôi đến quán được không?
Huy thấy sự khẩn trương trong lời nói của Ngọc Anh cũng không nói gì thêm mà nhanh chóng lấy xe chở cô đến shop. Sau khi tạm biệt Ngọc Anh xong HUY mang một tâm trạng vui vẻ trở về nhà. Xe Vừa về đến cổng Huy đã thấy bà Hồng đi từ trong nhà ra đón cậu, Chào mẹ xong Huy theo chân mẹ cậu vào nhà, suốt cả buổi cậu ngồi nói chuyện với mẹ mà cười miết bà Hồng thấy lạ liền hỏi:
-con trai mẹ nay có gì vui mà cứ cười tủm hoài vậy?
-dạ không có gì đâu mẹ à!
Huy vừa cười vừa đáp, ăn xong Huy xin phép mẹ sau đó lên phòng riêng tiện cầm theo vài cuốn truyện tranh lên đọc cho đỡ buồn, đang cuốn theo những dòng suy luận bất chợt Huy giật mình vì có chuông thông báo có tin nhắn đến, khẽ liếc mắt qua nhìn Huy bất giác mỉm cười vì người vừa nhắn tin là Ngọc Anh với nội dung:

-anh về chưa, hôm nay cám ơn anh nhiều nhé!
Rất nhanh Huy cũng nhắn tin đáp lại:
-không có gì đâu em, hôm nay may mà gặp em nếu không anh cũng không biết phải làm gì cho hết ngày nữa!
-có vẻ như chúng ta có duyên với nhau nên vậy đó, từ hôm gặp ở nhà anh em cứ nghĩ sẽ không bao giờ chúng ta gặp lại nữa chứ!
Ngọc Anh đáp, Huy khẽ cười rồi nhắn lại:
-anh cũng nghĩ vậy, sau này nếu rảnh anh có thể mời em đi chơi được không?
-oke anh!
Cả hai cứ vậy nhắn tin qua lại, Huy mải nhắn tin và đọc truyện mà không hề để ý thời gian, phải tới lúc bà Hồng cất tiếng gọi Huy mới giật mình nhìn vào đồng hồ, thấy đã hơn 6 giờ tối cậu nhanh chân bước xuống nhà ăn. Sau khi dùng bữa xong Huy đứng dậy chào bố mẹ rồi trở lại nhà riêng của mình, sau khi tắm xong Huy bắt đầu ngả lưng nằm lên chiếc giường quen thuộc của mình mà suy nghĩ vẩn vơ.
Cứ vậy Huy dần chìm vào giấc ngủ từ lúc nào mà cậu không biết, phải đến khi chiếc đồng hồ báo thức vang lên Huy mới giật mình tỉnh dậy, khẽ vươn vai cậu đứng dậy đi vào trong nhà tắm vệ sinh cá nhân xong cậu bắt đầu lái xe đến bệnh viện. Hôm nay bệnh viện yên bình một cách kì lạ, những tin đồn ma quái không còn nữa, nghĩ cũng phải thôi vì từ khi giám đốc bệnh viện cho mời sư thầy đến làm lễ cầu siêu vong hồn nữ y tá không còn hiện về để quấy phá, bệnh viện vì vậy cũng dần trở lại quỹ đạo vốn có thường ngày. Đang mải suy nghĩ bất chợt Huy đâm sầm vào lưng của ai đó, hốt hoảng ngẩng đầu lên nhìn thấy người mình vừa đâm phải là cô lao công Huy có chút bối rối lúng túng mà đáp:
-dạ cháu chào cô, xin lỗi cô vừa rồi cháu không để ý nên va phải cô ạ!
Cô lao công thấy người va phải mình là Huy không những không giận cô còn tươi cười mà bảo:
-Huy đó hả cháu? Hôm nay sao đi làm sớm vậy?
-dạ cháu vẫn như mọi hôm thôi cô ạ!
Chào hỏi qua loa một vài câu Huy cúi chào cô lao công rồi nhanh chân rảo bước trở về phòng làm việc, hôm nay Huy phải cùng trưởng khoa

thực hiện một ca phẫu thuật Huy vừa là trợ lý vừa phải học hỏi thêm để lấy kinh nghiệm. Nghĩ vậy Huy tự nhủ sẽ cố gắng tập chung cao độ nhất có thể để ca phẫu thuật được thuận lợi. Nhìn bóng lưng của chàng bác sĩ đi ngày một xa cô lao công khẽ chẹp miệng thở dài:
-gớm thật, không biết con nhà ai mà khéo đẻ thế? Vừa đẹp trai, ngoan ngoãn lại còn tài giỏi, chả bù cho hai ông tướng nhà mình!
Nói đoạn cô cũng cầm một cái xô và cái kéo bấm cành đi thẳng lên ban công mà tỉa cây. Đang lúi húi tỉa mấy cành hoa giấy chợt cô lao công thấy một mảnh nilong thò lên dưới chậu, nghĩ là rác cô đưa tay kéo ra thì giật mình, trong mảnh nilong không phải là rác như cô đã nghĩ mà là một lá bùa kèm theo một con hình nhân nhỏ bị trói bằng chỉ đỏ, thấy vậy cô có chút sợ hãi mà quăng luôn gói nilong đi. Từ lúc cô lao công quăng gói nilong đi gió bất chợt thổi đến từng cơn buốt lạnh, từ trong gió cô còn nghe được giọng nói âm u lạnh lẽo xa xăm như từ cõi âm vọng lại:
-cám ơn cô đã giải thoát cho tôi!
Nghe đến đây bất giác cô lao công nhìn ngó chung quanh một lượt, không thấy có ai, lại nghĩ đến cái chết đầy kinh dị của nữ y tá cô lao công sợ có chút sợ hãi nhanh chóng thu dọn đồ nghề rời khỏi ban công. Cô không hề biết rằng sau khi bóng lưng của cô vừa quay đi thì dưới tán cây hồng một bóng hình dẫn dần hiện lên, đó là bóng ma của Thảo cô lúc này hiện lên với ánh mắt đỏ rực, hai hàng huyết lệ không ngừng chảy xuống, trong miệng bóng ma còn lẩm bẩm điều gì đó không ai nghe rõ. Một lát sau bóng hình đó dần đàn biến mất.
Cô lao công sau khi chạy xuống khỏi ban công thì vô tình vấp phải một thứ gì đó khiến cô té nhào, lồm cồm bò dậy nhìn lại xem thứ mà mình vừa đạp phải là gì thì ngạc nhiên, đó là một chai nhỏ thuỷ tinh màu trắng bên trong có chứa một dung dịch gì đó mà cô không biết, nhưng nhìn trên vỏ chai có ghi chữ kèm biểu tượng nguy hiểm nên cô chắc mẩm đây là lọ thuốc gì đó, không suy nghĩ nhiều cô liền cho nó vào một cái túi đen rồi cột kỹ lại rồi đem đi.

www.ingramcontent.com/pod-product-compliance
Lightning Source LLC
LaVergne TN
LVHW042129071126
851857LV00044BA/2036
9798256233235